Sofðu rótt, litli úlfur

Sleep Tight, Little Wolf

Myndabók á tveimur tungumálum

Ulrich Renz · Barbara Brinkmann

Sofðu rótt, litli úlfur

Sleep Tight, Little Wolf

Þýðing:

Elisa Bienzle (íslenska)

Pete Savill (enska)

Hljóðbók og myndband:

www.sefa-bilingual.com/bonus

Lykilorð fyrir ókeypis aðgang:

íslenska: **Því miður eru hljóðbækur eða myndbönd ekki enn fáanleg á þessu tungumáli. (Sorry, audio or video not yet available.)**

enska: **LWEN1423**

Við erum að vinna að því að gera sem flestar af tvítyngdum bókum okkar aðgengilegar þér sem hljóðbækur og myndbönd. Við biðjum þig vinsamlega um þolinmæði ef engin hljóð- eða myndútgáfa er til á þínu tungumáli ennþá! Þú getur fylgst með framvindu vinnu okkar á vefsíðunni okkar:
www.sefa-bilingual.com/languages

Góða nótt Tim! Við höldum áfram að leita á morgun.
Sofðu nú rótt!

Good night, Tim! We'll continue searching tomorrow.
Now sleep tight!

Það er komið myrkur.

It is already dark outside.

Hvað er Tim að gera?

What is Tim doing?

Hann er að fara út á leikvöll.

Að hverju er hann að leita?

He is leaving for the playground.

What is he looking for there?

Hann er að leita að litla úlfinum sínum!

Hann getur ekki sofið án hans.

The little wolf!

He can't sleep without it.

Hver er að koma?

Who's this coming?

Marie! Hún er að leita að boltanum sínum.

Marie! She's looking for her ball.

Og að hverju er Tobi að leita?

And what is Tobi looking for?

Gröfunni sinni.

His digger.

Og að hverju er Nala að leita?

And what is Nala looking for?

Dúkkunni sinni.

Her doll.

Þurfa börnin ekki að fara að sofa hugsar kötturinn undrandi.

Don't the children have to go to bed?
The cat is rather surprised.

Hverjir eru að koma núna?

Who's coming now?

Mamma og pabbi hans Tim.

Þau geta ekki sofið án hans.

Tim's mum and dad!

They can't sleep without their Tim.

Fleiri koma! Pabbi hennar Marie. Afi hans Tobi.

Og mamma hennar Nölu.

More of them are coming! Marie's dad.

Tobi's grandpa. And Nala's mum.

Flýtið ykkur nú í rúmið!

Now hurry to bed everyone!

Góða nótt Tim!

Við þurfum ekki að leita neitt meira á morgun.

Good night, Tim!

Tomorrow we won't have to search any longer.

Sofðu rótt litli úlfur!

Sleep tight, little wolf!

Höfundarnir

Ulrich Renz was born in Stuttgart, Germany, in 1960. After studying French literature in Paris he graduated from medical school in Lübeck and worked as head of a scientific publishing company. He is now a writer of non-fiction books as well as children's fiction books.

www.ulrichrenz.de

Barbara Brinkmann was born in Munich in 1969 and grew up in the foothills of the Bavarian Alps. She studied architecture in Munich and is currently a research associate in the Department of Architecture at the Technical University of Munich. She also works as a freelance graphic designer, illustrator, and author.

www.bcbrinkmann.de

Finnst þér gaman að teikna?

Hér eru myndirnar úr sögunni til að lita inn:

www.sefa-bilingual.com/coloring

Njóttu!

Ulrich Renz · Marc Robitzky

The Wild Swans
Les cygnes sauvages

Based on a fairy tale by

Hans Christian Andersen

+ audio + video

English   bilingual   French

The Wild Swans

Adapted from a fairy tale by Hans Christian Andersen

▶ Reading age: 4 and up

'The Wild Swans' by Hans Christian Andersen is, with good reason, one of the world's most popular fairy tales. In its timeless form it addresses the issues out of which human dramas are made: fear, bravery, love, betrayal, separation and reunion.

Í boði á þínu tungumáli?

▶ Skoðaðu hér:

www.sefa-bilingual.com/languages

My Most Beautiful Dream

▶ Reading age: 2-3 and up

Lulu can't fall asleep. All her cuddly toys are dreaming already – the shark, the elephant, the little mouse, the dragon, the kangaroo, and the lion cub. Even the bear has trouble keeping his eyes open...

Hey bear, will you take me along into your dream?

Thus begins a journey for Lulu that leads her through the dreams of her cuddly toys – and finally to her own most beautiful dream.

Í boði á þínu tungumáli?

▶ Skoðaðu hér:

www.sefa-bilingual.com/languages

© 2024 by Sefa Verlag Kirsten Bödeker, Lübeck, Germany

www.sefa-verlag.de

Special thanks for his IT support to our son, Paul Bödeker, Freiburg, Germany

ISBN: 9783739902135